# RÈGLES

## SUR LE GENRE DES NOMS

ET

## QUELQUES RÈGLES

*à l'usage des classes supérieures*

1924

SAIGON — TANDINH
IMPRIMERIE DE LA MISSION
289, rue Paul Blanchy, 289

1924

# RÈGLES

## SUR LE GENRE DES NOMS

ET

## QUELQUES RÈGLES

*à l'usage des classes supérieures*

1924

SAIGON — TANDINH
IMPRIMERIE DE LA MISSION
289, rue Paul Blanchy, 289

1924

# RÈGLES
## SUR LE GENRE DES NOMS

# I
# Lề luật chung chỉ Genere thuộc về các Declinatione.

---

**I.**— Những tiếng chỉ : loài nam, dân, sông, gió, tháng, là genere masculinô.

*a)* Chỉ loài nam, như : vir, pater, filius, poeta, scriba, Andreas.

*b)* Chỉ tên dân, như : Persæ, arum, Israelitæ, arum.

Song le : Copiæ, arum,—đạo binh.
Operæ, arum,—những thợ.
Vigiliæ, arum,—quanh canh.
Excubiæ, arum,— » »
} là femininô.

Mancipium, ii,— tôi tá.
Auxilia, orum,— binh tiếp.
Dæmonia, orum,— các quỉ.
} là neutrô.

*c)* Chỉ sông, như : Sequana ; Garumna ; Tiberis ; Albis.

Song có ít sông nhỏ có cùng là : *a*, là genere femininô, như : Allia ; Matrona ; Mosa ; Styx ; mà Mosella là masc. hay là fem.

*d)* Chỉ gió, như : Aquilo, onis ; gió bấc ; etesiæ, arum, gió chướng ; Boreas, æ, gió bấc, etc...

*e)* Chỉ tháng, như : Aprilis, October, September, etc..

Substantivô chỉ tên núi, thì thường phải coi cùng nó, như : Ætna, æ, f.
Taurus, i, m.
Alpes, ium, f.

Song le : Jura, æ, và Atlas, antis thường là masculinô.

**II.**— Các Substantivô chỉ loài nữ, cây, thành, xứ, Cù lao là genere femininô.

*a)* Chỉ loài nữ, như : mater, soror, virgo, anus, Maria.

*b*) Chỉ cây, như : Cupressus, i, hay là ùs, cây bạch dương.

Ficus, i, cây vã ; malus, i, cây tân quả.

Pirus, i, cây lê ; quercus, ùs, cây dẽ bộp.

Abies, etis, cây sam ; salix, icis, cây liễu.

Những tiếng chỉ bụi gai, thì phải xét phần cùng nó, như : Carduus, i, tật lê.

| | |
|---|---|
| Carduus, i, tật lê.<br>Dumus, i, bụi gai.<br>Calamus, i, cây lúa,— sậy. | gen. masc. |
| Oleaster, tri, cây oliva rừng.<br>Pinaster, tri, cây thông rừng. | gen. masc. |

*c*) Chỉ thành, như : Athenæ, arum, f. Corinthus, i, femininô.

Song những substantivô chỉ thành có cùng :

— i, orum, là masc. như : Treviri, Delphi, Vei.

— o, onis, là masc. như : Narbo, Vesontio.

— um, i, là neutro, như : Saguntum, Ilium.

— a, orum, là neutro, như : Leuctra, Hierosolyma.

— ur, uris, là neutro, như : Tibur, uris.

— e, is, là neutro, như : Præneste, Soracte.

*d*) Chỉ xứ, như Italia, Ægyptus, Troas,

Song le Hellespontus, Pontus là masculinô.

Tên xứ có cùng là : um, i, là gen. neutro. như : Latium, Samnium.

*e*) Chỉ Cù lao, như : Cyprus, Chersonesus.

**III.**— Còn những tiếng chẳng hay chia là genere neutro.

*1*) Như substantivo : Fas, nefas, pondo, gummi, mũ cây ; song Adam, là gen. masc.

*2*) Các Infinitivo và Adverbio dùng như subst. như : Turpe est mentiri, nói dối là xấu hổ.

Ultimum vale, chào lần sau hết.

Nostrum velle, sự ta muốn.

Illud pæne, sự gần làm chẳng đặng. (khó làm)

## II

**Các Substantivô chỉ người, chỉ vật chia ra ba thứ :**

**1° *Substantivô* Commune.**
**2° » Mobile.**
**3° » Epicœno.**

1° *Substantivo Commune* là tiếng có một cùng mà thôi, mà đặng chỉ loài nam, nữ, đực, cái. Như :

| | |
|---|---|
| Artifex, icis, thợ (nam nữ) | Parens, tis, cha hay là mẹ |
| Civis, is, bổn xã — | Sacerdos, otis, thầy cả — |
| Comes, itis, bạn — | Testis, is, kẻ làm chứng — |
| Custos, odis, kẻ giữ — | Vates, is, thầy bói — |
| Dux, cis, kẻ dẫn — | Canis, is, con chó (đực cái) |
| Heres, edis, kẻ ăn gia tài. | Bos, bovis, con bò. — |

Nên hễ adj. hay là Subst. khác hiệp theo những tiếng ấy, thì phải coi nó có nói về nam, nữ, đực, cái, mà cứ một numero một genere, như :

Hic custos est péritus.— chỉ người nam.
Hæc custos est périta.— chỉ người nữ.
Hic canis est niger.— chỉ chó đực sắc đen.
Hæc canis est nigra.— chỉ chó cái nầy sắc đen.
Hic bos, bò đực nầy.
Hæc bos, bò cái nầy.

2° *Substantivo mobile* là tiếng phần rễ (radicale) chẳng hay đổi, mà phần cùng hay đổi, như :

| | |
|---|---|
| *a*) Dominus, i, Ông chủ. | Domina, æ, Bà chủ. |
| Famulus, i, tôi trai. | Famula, æ, tôi gái. |
| Cervus, i, nai đực. | Cerva, æ, nai cái. |
| Magister, tri, ông thầy. | Magistra, æ, bà thầy. |
| Caper, pri, dê đực. | Capra, æ, dê cái.. etc.. |

*b*) Những tiếng có cùng là **tor** bởi verbo mà ra, thường thường ở gen. fem. có cùng **trix.**

Như : Adjutor, m. kẻ giúp.— Adjutrix, f.
Victor, m. kẻ ăn. — Victrix, f.
Imperator, hoàng đế.— Imperatrix, hoàng hậu.

Phải nhớ lề luật nầy dùng theo lề luật : Ego nominor leo.

Ví dụ : Rex revertit victor.— Regina revertit victrix.
Athenæ fuerunt inventrices omnium artium.
Thành Athena bày ra các nghề nghiệp.

*c*) Có nhiều Substantivô khác ở femininô chẳng theo lề luật chung ; như :

| | |
|---|---|
| Poëta, kẻ văn thi (nam) | Poëtria, kẻ văn thi (nữ) |
| Avus, ông. | Avia, bà. |
| Socer, ông gia. | Socrus, bà gia. |
| Rex, vua. | Regina, nữ vương. |
| Gallus, gà trống. | Gallina, gà mái. |
| Nepos, cháu trai. | Neptis, cháu gái. |
| Leo, sư tử đực. | Leæna, sư tử cái. |

Pater meus est poëta.— Mater mea est poëtria.
Ego nominor leo.— Ego nominor leæna.

— Lại có Subst. ở masc. và ở fem. khác tiếng nhau.

| | |
|---|---|
| Taurus, i, con bò đực. | Vacca, æ, con bò cái. |
| Aries, etis, con chiên đực. | Ovis, is, con chiên cái ; etc. |

---

3° Những tiếng chỉ loài vật mà chẳng phải Commune, hay là Mobile thì kêu là *Epicœno* nghĩa là, tiếng có một genere mà thôi, song đặng chỉ hai loài, đực hay là cái, trống hay là mái.

Như : Passer, eris, chim sẽ sẽ, là gen. masc. mà thôi.
Anser, eris, con ngỗng, » » masc. »
Vulpes, is, con chồn, » » fem. »
Feles, is, con mèo, » » fem. »

Như cần muốn chỉ đực hay là cái, trống hay là mái, thì phải dùng tiếng **mas** mà chỉ đực hay là trống ; và tiếng **femina** mà chỉ cái hay là mái.

Như : Pater meus unam aquilam occidit.— Maremne an feminam ? — Marem.
Dic mihi utrum hæc vulpes sit mas an femina ?
— Mas crassus.

---

# Lề luật riêng về các Declinatione.

## DECLINATIONE I.

Những tiếng thuộc về Declinatione nầy,

1° có cùng là **a** và **e** ở nominativo, thì theo genere feminino, như:

Mensa, cái bàn; Rosa, hoa hồng; epitome, sách tóm.

Trừ ra subst. chỉ loài nam, như:

| | |
|---|---|
| Pirata, kẻ cướp. | Perfuga, kẻ trốn giặc |
| Poeta, kẻ văn thi, | Nauta, bạn tàu, etc. |

Coi Lề luật số I.

Lại Cometa, sao chổi. Planeta, sao hành tinh. Parastata, cột đá, là gen. masculinô.

2° Những tiếng có cùng là **as** và **es** là gen. masculinô, như:

Andreas, ông Anrê. — Cometes, sao chổi.

## DECLINATIONE II.

1) Những tiếng theo Declinatione II có cùng là *us*, *er*, *ir* ở nominativo, thì theo genere masculinô.

như: Dominus, puer, triumvir, etc...

| | |
|---|---|
| Trừ ra: Abyssus, i, vực sâu. | Carbasus, i, vải linô mỏng. |
| Alvus, i, bụng. | Humus, i, đất. |
| Crystallus, i, thủy tinh | Atomus, i, bụi bậm. |
| Dialectus, i, tiếng riêng. | Methodus, i, mẹo mực. |
| Synodus, i, công đồng. | Periodus, i, quảng năm. |

là genere femininô.

Lại những tiếng subst. chỉ: cây, thành, xứ, cù lao, (Lề luật chung II.) cũng là gen. femininô.

Ba tiếng nầy: Vulgus, i, đoàn lũ. Virus, i, thuốc độc và Pelagus, i, biển, là genere neutro.

2) Các subst. có cùng là *um*, là genere neutro,

| | |
|---|---|
| như: Templum, i, nhà thờ, | Vinum, i, rượu. |
| Exemplum, i, gương. | Brachium, i, cánh tay, etc... |

Có ít subst. có cùng là *os và on* thuộc về Declinatione nầy, mà thường thường cùng *os, i* là fem. và cùng on, i, là gen. neutro.

như: Rhodos, i, f. cù lao Rhodô. — Lesbos, i, f. cù lao Lesbô.

Lexicon, lexici, n. tự vị nhỏ.

---

## DECLINATIONE III.

### I. Về những tiếng theo genere masculinô.

Những tiếng theo gen. masculino, thường là những tiếng ở Nominativo có cùng là: *o, or, os, er, và es*, mà ở genitivô có thêm một vần.

1° — Những tiếng có cùng là O là genere masc.
như: Pavo, onis, con công. Sapo, onis, xà bong, etc.

Trừ ra: Caro, carnis, thịt, là gen. femininô.

Các Subst. có cùng *io*, nhứt là bởi Verbô mà ra, thì là gen. feminino, như: actio, onis, việc làm; passio, onis, sự chịu nạn.

Các Subst. có cùng *io* chỉ loài vật là gen. masculinô, như: Papilio, onis, con bướm bướm; scorpio, onis, con bò cạp; vespertilio, onis, con dơi; — Lại tiếng Pugio, onis, dao bầy; Scipio, onis, cây gậy. Septentrio, onis, phương bắc; Unio, onis, đá ngọc lớn, lại titio, onis que lửa, cũng là gen. masculinô.

Các Subst. có cùng *do, go*, là gen. femininô.
như: Arundo, inis, cây sậy. — Hirundo, inis. chim én.

| | |
|---|---|
| Song: Ordo, inis, thứ tự. | Ligo, onis, cái xuổng. |
| Cardo, inis, chốt cửa. | Harpago, onis, câu móc, kẻ cướp. |
| Margo, inis, bìa, lề. | |

là gen. masculinô.

2° — Những tiếng có cùng là *or* là gen. masculinô như : Dolor, oris, sự đau đớn. — Labor, oris, sự khó nhọc.

| Trừ ra : Ador, oris, bột lúa mì. | Cor, cordis, lòng, trái tim. |
|---|---|
| Œquor, oris, mặt biển. | Marmor, oris, đá cẩm thạch, |

là genere neutro.

Lại Arbor, oris, cây, là gen. femininô. Còn soror, uxor f, thì coi lề luật chung. trang 1.

3° — Những tiếng có cùng là *os* là gen. masculinô. như : Flos, oris, bông hoa. — Ros, roris, mù sương.

Trừ ra : Os, oris, miệng. — Os, ossis, xương.
Epos, văn thi oai vọng, dùng casu nomin. và accus mà thôi ;
là gen. neutro.

Còn Cos, cotis, đá mài. Dos, dotis, của cấp cho con gái về nhà chồng, là gen. femininô.

4° — Những tiếng có cùng *er* là gen. masculinô.

như : Agger, is, đống đất.
Carcer, is, tù.
Venter, tris, bụng.
Imber, ris, nước mưa.

Trừ ra : Cadaver, ris, xác kẻ chết.
Iter, itineris, đàng đi.
Verber, eris, roi.
Ver, veris, mùa xuân.
Cicer, eris, đậu ván.
Suber, eris, giống cây vông.
Papaver, eris, cây á phiện.
Siler, eris, cây mây.
Piper, eris, tiêu.

là génere neutrô.

Còn Linter, tris, đò, xuồng, là gen. fem. hay là masc.

5° — Những tiếng có cùng là *es* mà ở genitivo có thêm một vần thì theo gen. masculinô.

như : Pes, pedis, chơn ; paries, etis, vách.
Trừ ra : Merces, edis, tiền công.

Seges, etis, lúa má.
Quies, etis, sự nghỉ.
Requies, etis, sự nghỉ.

là genere femininô.

Còn æs, æris, đồng tiền, là genere neutrô.

Song præs, prædis, của cầm cố là genere masculinô.

---

## II. Những tiếng theo genere femininô.

Những tiếng theo gen. feminino ở nominativô có cùng là : **as, x, aus, is,** và **es**, mà ở casu genitivô chẳng thêm vần nào, và tiếng có chữ S sau hết, mà có một chữ consonante đứng trước nó.

1° — Những tiếng có cùng là *as* là gen. femininô, như :

Æstas, æstatis, mùa hè.
Libertas, atis, sự thong thả.
Lampas, adis, cái đèn.

Trừ ra : As, assis, đồng tiền.
Mas, maris, đực ; là gen. masculinô.

Còn subst. bởi tiếng Græcô mà ra là gen. masculinô.

Như : Adamas, antis, ngọc kim cang.
Elephas, antis, con voi.

Song le : Vas, vasis, cái bình.
Fas, sự nên, và Nefas, chẳng nên, là gen. neutrô.

---

2° — 1° Những tiếng có cùng là **ax** là gen. fem.

Như : Pax, pacis, sự bằng an.
Fax, facis, cái đuốc.

Trừ ra ít tiếng bởi tiếng Grœcô mà ra, như : Thorax, acis, ngực, áo giáp là gen. masculinô.

2° — Những tiếng có cùng là **ix** là gen. fem.

Như : Pix, picis, chai.
Radix, icis, rễ cây.

Trừ ra : Fornix, icis, nhịp cầu
Calix, icis, cái chén.
Bombix, icis, tơ tằm, là genere masculinô.

3° Những subst. có cùng là **ex** là gen. masc.

Như : Codex, icis, sách luật.
Cortex, icis, vỏ cây.
Vertex, icis, đỉnh đầu.

Trừ ra : Lex, legis, lề luật.
Forfex, icis, cái kéo.
Supellex, ectilis, đồ đạc.
Nex, necis, sự giết.
Fæx, hay là fex, fecis, cặn, bùn.
Preces, um, pl. lời cầu nguyện. là genere feminino.

4° Những subst. có cùng *x*, *ox*, *ux*, thường thường là feminino.

Như : Nox, noctis, đêm.
Crux, crucis, thánh giá.
Arx, cis, đồn lũy.
Falx, cis, lưỡi hái.
Faux, cis, họng. thường plur. fauces-faucium

---

3° — Các tiếng subst. có cùng *is* là gen. fem.

Như : Lis, tis, sự kiện
Sitis, is, sự khát.
Tussis, is, sự ho.

Trừ ra những tiếng có cùng *guis và nis* là masculino, lại collis, fascis, lapis, ensis.
Orbis, piscis, pulvis, mensis.

Những tiếng subst. Masculino là những tiếng sau nầy :

| | |
|---|---|
| Panis, is, bánh. | Amnis, is, sông. |
| Piscis, is, con cá. | Unguis, is, móng, vút. |
| Crinis, is, tóc. | Anguis, is, con rắn. |
| Finis, is, cùng. | Fascis, is, bó roi, |
| Ignis, is, lửa. | Axis, is, trục xe. |
| Lapis, dis, đá. | Funis, is, dây. |
| Pulvis, eris, bụi. | Sanguis, inis, máu. |
| Cinis, eris, tro. | Fustis, is, dùi, gậy. |
| Orbis, is, vòng. | Vermis, is, con giòi. |

Postis, is, thanh cửa.
Mensis, is, tháng.
Callis, is, đàng, nẻo.
Collis, is, gò, nổng.
Vectis, is, đòn gánh.
Ensis, is, cây gươm.
Follis, is, ống bể, bao da.
Torris is, que lửa.
Glis, gliris, thứ sóc
Annalis, is, sách truyện.
Cucumis, eris, dưa.
Natalis, is, ngày sanh.

---

4° — Những Subst.. có cùng **es** mà chẳng có thêm vần nào ở casu genitivô, thì là gen. femininô.

Như : Nubes, is, mây. Fames, is, sự đói.

Trừ ra : Vepres, is, gai, bụi gai.
Acinaces, is, gươm có lưỡi cong.
Verres, is, con heo đực.
là gen. masculino.

Còn Torques, hay là, torquis, is, vòng cổ, là gen. masculinô, hay là femininô.

---

5° — Những Subst. có cùng **s** mà có chữ consonantê khác ở trước s, thì là gen. femininô,

Như : Urbs, is, thành ; hiems, mis, mùa đông.

Trừ ra :

Fons, tis, suối.
Mons, tis, núi.
Pons, tis, cầu.
Oriens, tis, phương đông.
Occidens, tis, — tây ;
Dens, tis, răng.
Torrens, tis, suối chảy mạnh.
Rudens, tis, dây neo.
Quadrans, tis, đồng tiền.
Epops, opis, chim bìm bịp.

là genere masculinô.

---

## III. Những tiếng theo genere neutrô.

Những tiếng Neutrô có cùng :

**l, e, c,**
**ma, men, t,**
**ar, ur, us,**

Như : Mel, mellis, mật ong ; Mare, is, biển ; lac, lactis ; sữa, Stratagema, atis, mưu kế ; lumen, inis, sự sáng ; Caput, itis, đầu ; exemplar, is, gương ; robur, oris, sức mạnh, và corpus, oris, xác.

Trừ ra : 1° *Theo genere masculinô* :

| | |
|---|---|
| Mus, uris, con chuột. | Vultur, uris, con kên kên. |
| Tripus, odis, giống có ba chơn. | Turtur, uris, chim cu. |
| Lepus, oris, con thỏ. | Sol, solis, mặt trời. |
| Furfur, uris, cám. | Sal, salis, muối. |
| Ren, renis, trái cật. | Pecten, pectinis, cái lược. |
| Lien, lienis, Splen, splenis, } lá lách. | Lichen, enis, thứ cỏ kia. |
| Tubicen, inis, kẻ thổi loa. | Attagen, enis, chim thọ kê. |

2° *Theo genere femininô.*

| | |
|---|---|
| Juventus, utis, tuổi trẻ. | Salus, utis, phần rỗi. |
| Virtus, utis, nhơn đức. | Pecus, udis, bầy trâu bò. |
| Servitus, utis, sự làm tôi. | Palus, udis, bưng. |
| Senectus, utis, tuổi già. | Grus, gruis, con séo. |
| Tellus, uris, đất. | Sus, suis, con heo, |
| Incus, udis, cái đe. | Siren, enis, kẻ hát lèo lá |

Phải coi lề luật chung về Genere, và những lề luật chung về các Declinatione.

---

## DECLINATIONE IV

Những tiếng theo Declinatione IV ở Nominativô có cùng **us**, thì là genere masculinô.

| | |
|---|---|
| Như : Fructus, us, trái, | Magistratus, us, quan. |
| Exercitus, us, đạo binh. | Vultus, us, mặt mũi. |

Trừ ra : Domus, us, nhà.
Manus, us, tay.
Porticus, us, tiền đàng.
Acus, us, cây kim.
Tribus, us, dòng dõi

Idus, uuum, pl. ngày 13 hay là 15 tháng Romanô là genere femininô.

Các tiếng có cùng là **u** là genere neutrô.

Như : Genu, us, đầu gối. — Cornu, us, sừng.
Veru, us, nòng. abl. plur. verubus.

Cũng đừng quên lề luật chung về các Declinatione.

Như : Anus. f. bà già. — Quercus, f. cây dẽ bộp

---

## DECLINATIONE V

Những tiếng theo Declinatione V, thì là genere femininô :

Như : Res, ei, sự. — Fides, ei, đức tin, etc...

Trừ ra, Dies, ei, ngày ; ở singulari thì genere masculinô, hay là femininô ; — mà ở plurali thì là genere masculinô.

Lại tiếng Meridies, ei, trưa, là genere masculinô luôn.

# Lể luật
# về Consecutione temporum

Cho đặng biết phải đặt mấy verbô sau *ut*, *ne*, *quominus*, *quin*, *cur*, *quomodo*, *quando*, *etc...* ở thì nào, thì phải sánh lại thì verbô câu thêm với verbô câu cai, vậy mới biết phải đặt verbô câu Subjunctivo ở thì nào cho trúng.

Phải xét đều nầy : là verbô câu cai, hoặc verbô câu chánh, hay là verbô câu thêm.

Ví dụ : Tôi không hồ nghi cha biểu Phêrơ mua sách. Non dubito quin pater præceperit Petro ut emeret librum.

Vậy v. dubito cai v. præceperit, còn v. præceperit cai v. emeret.

*1° Lể luật chung.*

1° Hễ verbô câu cai ở thì præsenti, hay là thì futurô, thì verbô câu thêm, nếu nó chỉ việc một lược cùng việc verbô cai chỉ, thì phải đặt nó ở thì *præsenti subjunctivô*; còn như nó chỉ việc trước việc verbo cai chỉ, thì phải đặt nó ở thì *perfecto subjunctivô.*

Ví dụ : Cha biểu, cha sẽ biểu Phêrô học sách mẹo.

Pater præcipit, præcipiet Petro ut studeat grammaticæ. Tôi không hồ nghi cha đến rồi. Non dubito quin pater venerit.

2° Hễ verbô câu cai ở thì præteritô, nghĩa là : ở imperfertô, perfectô, hay là plusquam perfecto, thì verbô câu thêm phải ở thì *imperfecto subjunctivo* mà chỉ việc một lược cùng việc verbô cai chỉ, và ở thì *plusquam perfecto subj.* mà chỉ việc trước việc verbô cai chỉ.

Ví dụ : Khi ấy cha biểu, cha đã biểu Phêrô học sách mẹo.

Pater præcipiebat, præcepit, præceperat Petro ut studeret grammaticæ.

Tôi không có hồ nghi đứa ăn trộm đã qua sông.

Non dubitabam, dubitavi quin latro flumen transiisset.

3° Khi verbô cai ở Infinitivô thì phải coi hoặc nó ở præsenti, hay là præterito. — Khi nào verbô cai ở præsenti infinitivô thì coi verbô cai infinitivo ấy ở thì nào, mà sánh lại việc nó chỉ với việc verbô câu thêm chỉ, rồi cứ theo luật chung.

Ví dụ : Tôi biết cha dạy Phêrô đến. Scio patrem præcipere Petro ut veniat.

Khi ấy tôi biết, tôi đã biết cha đòi Phêrô đến.

Sciebam, scivi patrem præcipere Petro ut veniret.

Còn khi nào verbô cai ở thì infinitivo — præteritô, thì verbô câu thêm phải ở thì imperfectô, hay là plusquam perfectô subjunctivo.

Ví dụ : Tôi biết cha có biểu Phêrô đi chợ.

Scio patrem Petro præcepisse ut in forum iret.

Tôi biết anh chẳng có hồ nghi cha đến rồi.

Scio te non dubitasse quin pater venisset.

4° Khi verbo cai ở participio præsenti, hay là ở Gerundio, hay là supino, thì phải xét verbô câu chánh đã cai participio, hay là Gerundio, hay là supino ấy ở thì nào, rồi cứ theo lẽ luật chung, như đã nói trước .

Ví dụ : Tôi nghe cha biểu Anrê học sách mẹo.

Audio patrem Andreæ præcipientem ut studeat grammaticæ.

Khi ấy tôi nghe, tôi có nghe cha biểu Anrê học sách mẹo.

Audiebam, audivi, audiveram patrem præcipientem Andreæ ut studeret grammaticæ.

Bây giờ đến giờ hỏi học trò có học không ?

Venit hora alumnos interrogandi nùm studuerint ?

Đã đến giờ hỏi học trò có học chăng ?

Venit, venerat hora alumnos interrogandi nùm studuissent. ?

Dân thành Athena sai người ta đến thành Delphi mà hỏi phải làm đi gì ?

Athenienses miserunt Delphos consultum quidnam faciendum esset.

Tôi không biết, vì lẽ nào, anh chẳng gởi thơ cho tôi. Nescio, quidnam causæ sit, cur nullas ad me litteras des. — Hay là, tôi không biết cớ nào anh đã chẳng gởi thơ cho tôi. Nescio, quidnam causæ sit, cur nullas ad me litteras dederis. Hay là, nescio, quidnam causæ fuerit cur nullas ad me litteras dares.

Còn chỉ việc đã rồi thì nói :

Nesciebam, nescivi, quidnam causæ esset, hay là fuisset, cur nullas ad me litteras dedisses hay là dares.

2° Lề luật trừ.

1° — Dầu mà verbô cai ở thì præteritô, song phải đặt verbô câu thêm ở thì præsenti subj. mà chỉ việc có bây giờ, hay là việc hằng có luôn.

Ví dụ : Cha đòi Phêrô đến bây giờ. Pater Petro præcepit ut veniat.

Đ. C. G. dạy bổn đạo phải yêu nhau. Jesus præcepit ut fideles invicem ament.

2° Verbô trong câu *Si phải mà*, chẳng khi nào theo lề luật consecutio temporum.

Ví dụ : Tôi biết, giả như con học, con đã học thì cha cho con phần thưởng. Scio, si studeres, studuisses, patrem tibi præmium daturum esse.

Tôi chẳng biết, phải mà anh đã học, thì cha có cho anh phần thưởng chăng ? Nescio num, si studuisses, pater tibi præmium daturus esset ?

3° — Nhiều khi kẻ chép sử đặt verbô câu cai ở præsenti thay vì præterito, cho nên thường phải đặt verbô câu thêm ở præterito subjunctivô.

Cho hoàng đế Cæsarê khỏi gặp giặc hung hơn thì người đi đến đạo binh sớm hơn thường. Cæsar, ne graviori bello occurreret, maturius quam consuerat, ad exercitum proficiscitur, ( thay vì proficiscebatur ).

4° — Verbô trong câu thêm, sau những cách nói : đến đỗi quá, nên đủ mà, adeo... ut, tot... ut etc... thì cũng chẳng theo luật consecutio temporum.

*Ví dụ:* Người nầy đã chết nghèo khổ quá, nên ý chẳng để của đủ mà chôn cất. Hic vir in tanta paupertate decessit, ut, quo efferretur, vix reliquerit.

Nó mắc vít tích đến đỗi chết. Tot plagas accepit ut mortuus sit.

Nota : Tiếng memini, nhớ ; novi, biết etç... có nghĩa præsenti, thì phải kể như verbô ở præsenti.

*Ví dụ:* Tôi nhớ, tôi biết cha dạy Pherô đi chợ. Memini, novi patrem præcipere Petro ut in forum eat.

---

## CREDO TE FLERE.

**Những verbô cai accusativô cùng infinitivô.**

---

1° Những verbô có nghĩa như : *nói, bảo tin.*

| | |
|---|---|
| Affirmo, quả quyết. | Nuntio, đem tin, cho hay. |
| Contendo, Declaro } tỏ ra | Certiorem facio, cho hay. |
| Dico nói. | Ostendo tỏ ra. |
| Demonstro chỉ. | Polliceor, Promitto } hứa. |
| Doceo dạy. | Probo, làm chứng. |
| Fateor xưng ra. | Scribo, viết. |
| Juro thề. | Spondeo, hứa, đố. |
| Moneo, cho hay. | Trado, giao, phú. |
| Narro, Trado } thuật lại. | Simulo, giả đò, |
| Nego chối. | Respondeo, trả lời. |
| | Minor, ngăm đe. |

---

2° Những verbo có nghĩa : *suy, xét, tin, biết, hiểu.*

| | |
|---|---|
| Animadverto, thấy, xem xét. | Scio, biết. |
| Cogito, suy. | Nescio, chẳng biết. |
| Censeo, ý là. | Intelligo, hiểu. |
| Arbitror, tưởng. | Cognosco, Agnosco. } nhìn biết. |

Confido, tin chắc.
Credo, tin, tưởng.
Existimo, tưởng.
Judico, đoán.
Puto, tưởng.
Opinor, tưởng.
Ignoro, chẳng biết.
Spero, trông cậy.
Memini, ) nhớ.
Recordor)
Suspicor, hồ nghi.
Obliviscor, quên.
Persuasum habeo, lấy làm chắc.
Pro certo habeo, lấy làm chắc.

3° Những verbô chỉ sự động trong lòng.

Admiror, lấy làm lạ.
Doleo, đau đớn.
Fero, chịu.
Gaudeo, vui.
Glorior, khoe khoang.
Indignor, nổi giận.
Lætor, mừng.
Miror, lấy làm lạ.
Queror, phàn nàn.
Sentio, biết, hiểu.

4° Những verbo có nghĩa: *Xem thấy, nghe, học.*

Audio, nghe nói.
Accipio, hay.
Comperio, biết rõ.
Disco, học.
Doceo, dạy.
Video, thấy.
Prævideo, thấy trước.
Lego, đọc.
Jubeo, dạy.

5° Những verbô có một nghĩa như: *Cho phép, cấm, ép, cáo.*

Patior, nhịn, chịu.
Impero, dạy.
Concedo, cho phép.
Arguo, ) Cáo.
Insimulo, )
Sino, để.
Veto, cấm.
Cogo, ép.
Oro, cầu xin.

6° Có ít cách nói có nghĩa cũng như các verbô trên nầy, thì cũng cai accusativo cùng Infinitivô.

Fama est, tiếng đồn.
Memoriæ proditur, họ truyền
Rumor vulgatur, họ đồn.
Spes est, trông cho.
Tenet me opinio, tôi tưởng.
Æquum est, là phải lẽ.
Par est, là công bình.
Justum est, là đều trúng.

Credibile est, đáng tin.
Verum est, là thật.
Veri simile est, lẽ tin đặng là đều thật.
Consentaneum est, xứng, phải.
Honestum est, phải lẽ.
Pulchrum est, là tốt.
Turpe est, là xấu.
Indignum est, chẳng xứng.
Fas est, nên mà.
Nefas est, chẳng nên mà.

Scelus est, là có tội.
Facinus est, rất quái dị.
Necesse est, } cần.
Opus est, } cần.
Expedit, có ích.
Prodest, được ích.
Convenit, xứng mà.
Placet, đẹp lòng.
Displicet, chẳng vừa ý.
Oportet, phải.
Interest, } có ích, đều trọng.
Refert, } có ích, đều trọng.

---

**Nota** : 1° Những verbô sau nầy cũng cai *Quod.*

Gaudeo, mừng.
Doleo, buồn.
Miror, } lấy làm lạ.
Admiror, } lấy làm lạ.
Ægre fero, hay là indigne fero, lấy làm cực, khó chịu.

Indignor, nổi nóng.
Queror, phàn nàn.
Suscenseo, nổi giận.
Ví dụ :
Tôi vui, vì anh sức khoẻ.
Quod vales, gaudeo.

---

2° Những verbô sau nầy cai accusativô
Cùng infinitivô futuro.

Spero, trông cậy.
Promitto, } hứa.
Polliceor, } hứa.
Spondeo, đố, cuộc.

Minor, ngăm đe.
Voveo, khấn.
Juro, thề.

*Juro :* Khi thề về sự sẽ có sau thì mới cai accusativô cùng futurô infinitivô. — Như : Nó đã thề mình sẽ làm sự ấy, Juravit se id facturum. Song nói : Juravit se non furatum esse.

---

3° Những verbô : Volo, nolo, malo, cupio, oportet, necesse est cai accusativo cùng infinitivo, hay là với ut, hay là bỏ ut cũng được. Như : Tôi muốn chúng bay học.

Volo vos studere, hay là, volo ut studeatis; hay là volo studeatis.—Oportet vos venire, hay la ut veniatis, hay là veniatis.

Còn như hai verbô có một subjecto mà thôi, thì nó cai infinitivô không, như : Tôi muốn học, volo studere.—Volo alumnus pius esse hay là : Volo me alumnum pium esse.

---

4° Verbo Jubere, biểu, và Vetare, cấm, cai accusativô cùng Infinitivô passivô, khi chẳng có tiếng : biểu ai, cấm ai. Ví dụ : Ông Cæsar biểu làm cầu. Cæsar jussit pontem fieri.—

Khi nào có tiếng : biểu ai, cấm ai, thì viết accusativô, cùng Infinitivô hay là trở passivô cũng đặng; như : Cha cấm học trò mua vãi ngoài chợ. Pater vetuit alumnos emere textile in macello. Hay là Pater vetuit textile emi ab alumnis in macello.

---

5° Các verbo có nghĩa như : video, cerno, aspicio hay là adspicio, conspicio, animadverto, thấy; audio, nghe, reperio, gặp ; nếu chỉ việc chính tai nghe, chính mắt mình thấy, thì nó cai participio præsenti, như : Tôi thấy nó vào, Vidi eum ingredientem. — Tôi nghe Pherô hát, Audio Petrum cantantem.

Song phải nói : Tôi nghe có kẻ nói, audio aliquem dicere, hay là audio ex aliquo cum dicat, hay là audivi ex aliquo cum diceret.

Video te esse pigrum. Tôi thấy mầy là đứa làm biếng.

---

6° Khi sau những verbo cai accusativô cùng infinitivô mà có một câu chỉ việc phải làm, thì nó cai ut cùng subjunctivô.

Như : Cha nói cùng Pherô nó phải gởi thơ cho cha mẹ nó. Pater dixit Petro ut epistolam suis parentibus mitteret.

Phần đông hơn tưởng mình phải đi ban đêm. Plerique censebant ut noctu iter facerent.

# Suadeo tibi ut legas, ne ludas.

*Những verbo cai* **Ut** *hay là* **Ne** *khi có tiếng:* **đừng, chớ, kẻo mà.**

---

1° Những verbô có nghĩa: làm cho, ước ao, rán sức, ép, lo lắng.

Như: Facio, làm cho.
Perficio, làm trọn hầu.
Assequor, cứ theo cho đặng.
Consequor, tìm đặng mà.
Cupio, muốn cho.
Opto, ước ao cho.
Curo, lo lắng mà.
Id ago, làm đều nầy hầu.
Id specto, chờ đều nầy cho.
Operam do, lo lắng mà.
Conor, ra sức mà.

Efficio, làm cho ra.
Nitor, rán sức mà.
Enitor, ra sức mà.
Studeo, châm lo mà.
Cogo, ép mà.
Statuo, } định mà.
Decerno, }
Video, coi chừng mà, lo mà.
Provideo, dự phòng.
Prospicio, lo trước.
Caveo ne, giữ kẻo.

---

2° Các verbô có nghĩa là: *xin, ban.*

Peto, }
Postulo, } xin.
Posco, }
Flagito, }
Rogo, xin, hỏi.
Oro, nài xin.
Obsecro, nguyện xin.

Precor, cầu xin.
Contendo, cứ, rán.
Insto, cứ, chuyên lo.
Permitto, cho phép.
Assentio, ưng thuận mà.
Impetro, xin đặng sự gì.
Pervinco, được sự nầy là.

---

3° Các verbô chỉ khuyên bảo, xui giục làm sự gì.

Suadeo, bảo, khuyên.
Persuadeo, »
Hortor, »
Hortor, cũng dùng đặng với ad.
Induco, thối thúc.
Adduco, xui giục.
Moneo, bảo, khuyên.
Impello, Incito, Perduco, } xui giục.
Moveo, commoveo, thối thúc.

4° Các verbô có nghĩa, dạy, biểu.

Mando, dạy
Edico, ra lịnh dạy.
Impero, khiến dạy.
Præcipio, truyền dạy.

5° Những cách nói như sau nầy cũng cai *ut*.

Is est, ut, nó thể ấy đến đỗi.
Fit ut, Evenit ut, Contingit ut } xảy ra là.
Accedit ut, phải thêm sự nầy.
Reliquum ut, còn sự nầy...
Superest ut, còn sự nầy nữa.
Tantum abest ut, chẳng những là chẳng...
Longe abest ut, còn xa, là họa.
Multum abest ut, đặng là họa.
Accidit ut, xảy ra.
Mos est, ut, có thói phải...
Lex est, ut, có luật dạy phải.
Sequitur, ut, bởi đó thì.
Necesse est ut, cần cho
Orportet ut, phải.
Opus est ut, cần.
Hoc commune est ut, thường thường là.
Futurum est, ut, sẽ có sự nầy.
In eo est, ut, hòng phải
Committo ut, liều mình

Lại cũng phải nhớ ít lề luật sách mẹo dạy những verbô nào cai subjunctivô cùng ut nữa.

Nota 1. Những verbô volo, nolo, malo, cupio, studeo, statuo, constituo cai infinitivo, khi nào hai verbô có một subjecto như nhau.

Còn khi nào hai verbô có subjecto khác nhau, thì nó cai accusativô cùng infinitivô, hay là với ut cùng subjunctivô, hay là bỏ út cũng đặng.

Coi lề luật trước N° 3, tr. 18.

**II.** Verbô moneo, admoneo, khuyên bảo, cai ut, khi nào bảo phải làm sự gì.

Ví dụ : Tôi khuyên con học. Te moneo ut studeas.

Còn nó cai accusativô cùng infinitivô, khi nó nhắc lại, cho hay sự gì.

Ví dụ : Tôi bảo con cha về nhà rồi. (Nghĩa là : Tôi nhắc lại cho con hay cha về nhà rồi) Te moneo patrem domum reversum esse.

**III.** Concedo, permitto, cho phép, cai ut, song hễ chỉ cho phép ai làm sự gì, thì nó cũng cai câu infinitivô.

Ví dụ : Tôi cho phép con về, Concedo tibi abire.

Concedo cũng có nghĩa là : ưng, chịu, thì nó cai accusativô cùng infinitivô.

Ví dụ : Tôi chịu Pherô là học trò siêng năng Concedo Petrum esse alumnum diligentem.

**IV.** Verbô facio ut, nghĩa là làm sự gì.

Như : Fac ut videam, hay là bỏ ut.

Còn : Fac qui ego sim esse te, giả như anh thế cho tôi, thì...— Fieri non potest, ut te reprehendam, tôi phạt con không đặng.— Fieri non potest, hay là, facere non possum quin te reprehendam, tôi phải phạt con.

V. Các verbô có nghĩa, xin, bảo, dạy, ép, một hai khi cũng bỏ ut.

Lại những verbô sau nầy cũng gặp nó cai infinitivô :

| | |
|---|---|
| Cogo, ép. | Impetro, nài xin. |
| Conor, rán. | Statuo, định. |
| Opto, ước, muốn. | Impero, dạy, biểu. |
| Flagito, xin. | Etc... |

Luật về tiếng **Ne**, kẻo, chớ, đừng.

Khi nào hai câu đều có tiếng *Ne*, thì đặt *Ne* trong câu trước, và *Neve* trong câu sau.

*Ví dụ:* Tôi khuyên con đừng chơi cũng đừng ngủ. Te monui ne luderes neve dormires.

Khi gặp Ne aliquis, phải viết Ne quis, hay là quisnam.

= Ne aliquid = Ne quid, hay là quidnam.

= Ne nunquam = Ne unquam.

= Ne nusquam = Ne usquam.

Khi nào có hai câu có conjunctione *ut* kế nhau, mà câu thứ hai có negatio, thì thế lại ut thứ hai, phải viết Neque.

*Ví dụ:* Pater te monet ut studeas neque ludas.

## LỀ LUẬT VỀ SI, NẾU; VÀ SI, PHẢI MÀ.

Về *si* thì có ba thứ như sau nầy:

1° Si, khi, mỗi khi.

2° Si, nếu, ví bằng.

3° Si, phải mà, giã như, phải chi.

I. *Si*, nếu, khi, hễ khi nào, thì cai indicativô.

*Ví dụ:* Khi tôi nói đều gì nhặt một chút, thì ông già giận. Irascebatur senex, si quid asperius dicebam.

Hễ người đến thăm tôi, thì tôi mời người dùng cơm. Si me adibat, invitabam eum ad cœnam.

**Si**, nếu, ví bằng, như; và **Si**, phải mà, khác nhau làm sao?

Si, nếu ví bằng, chỉ một việc hoặc sẽ làm, hoặc không làm. — Còn *Si*, phải mà, chỉ việc mình biết chắc không có.

Ví dụ: Nếu con học thì cha cho con phần thưởng, Câu nầy chỉ chẳng chắc; hoặc con học, hoặc con không học.

Phải mà con học thì cha cho con phần thưởng. Câu nầy chỉ chắc con không học.

**Si.** nếu, ví bằng, có hai thứ ; *Si* thường, và *Si* potentiale.

**1° a)** *Si* thường, khi verbô câu chánh ở præsenti, thì đặt verbô câu *Si* ở indicativô, mà chỉ mình lấy làm chắc sự mình quả quyết; và đặt ở subjunctivô, khi lấy làm hồ nghi.

Ví dụ: Nếu ta muốn bình yên, thì phải đánh giặc. Si pace frui volumus, bellum gerendum est. Như anh có hay sự gì lạ, thì anh gởi thơ cho tôi hay với. Si quid forte novi habeas, scribe ad me. Trong câu nầy chỉ hồ nghi không biết anh có tin gì lạ chăng ?

**b)** Khi verbô sau *Si* ở thì perfecto, thì đặt verbô câu chính ở indicativô. Ví dụ ! Si tibi hoc accidere potuit, quid nobis fiet ? Nếu anh đã mắc sự ấy, thì ta ra làm sao ? —Si hoc fecisti, Deo acceptus non es. Nếu con có làm sự nầy, thì con chẳng đẹp lòng Chúa đâu.

**c)** Khi verbô propositio chính ở futurô, thì đặt verbô câu Si cũng ở futurô, thì hay hơn.

Ví dụ: Nếu anh đọc sách nầy, thì tôi mừng. Hunc librum si leges, lætabor. Nếu con học siêng năng cả năm, thì con sẽ nên người thứ nhứt trong lớp con ; Si per totum annum diligenter litteris vacaveris, primus classis tuæ eris.

2 — **Si** potentiale, chỉ việc không có ý muốn làm, song có muốn làm thì cũng được. Trong câu **si** ấy cả hai verbô đều ở subjunctivô hết.

Ví dụ : Si quis ita agat, imprudens sit. Như ai làm vậy, thì chẳng khôn ngoan.

Si hoc facias, puniaris. Nếu con làm sự nầy thì bị phạt. Nghĩa là : Con không có ý làm, mà có muốn làm thì cũng được.

---

III. **Si**, phải mà, giã như, cai verbô sau phải ở Subjunctivô luôn, lại verbô chính cũng ở subjunctivô nữa. **Si** ấy gọi là *Si conditionale*.

Cả hai verbô ở imperfecto subjunctivô mà chỉ việc bây giờ, và ở plusquam perfecto subjunctivô mà chỉ việc đã qua rồi. Khi hai verbô chẳng chỉ việc một lượt cùng nhau, thì phải đặt verbô chỉ việc bây giờ ở imperfecto subjunctivô, và verbô chỉ việc đã qua rồi ở plusquam perfectô subjunctivô.

Ví dụ : Si studeres, pater tibi præmium daret. Giã như con học, thì cha cho con phần thưởng.

Fecissem hoc, si potuissem. Phải mà tôi có đặng làm đều ấy, thì tôi làm rồi.

Si pater hodie venisset, lætarer. Giã như cha có đến rồi hôm nay, thì tôi mừng.

— Nhiều khi hiểu ngầm câu conditio, mà cũng đặt verbo chính ở imperfecto, hay là plusquam perfecto subjunctivô.

Deberes matri tuæ opitulari. Lẽ thì con phải giúp đỡ mẹ con. Đây hiểu ngầm : Si pius / bonus esses filius.

Tibi librum dedissem, sed renuisti. Tôi cam lòng cho con cuốn sách, mà con chẳng chịu. Đây hiểu ngầm : Si voluisses.

---

IV. **Si**, phải mà, giã như, chia ra ba cách :

1° Câu **Si** trơn, (là khi chẳng có verbo nào khác cai nó.

2° Câu **Si** phải mà hiệp cùng verbô cai accusativô cùng infinitivô.

3° Câu **Si** phải mà là câu interrogatiô mà hiệp cùng verbo khác cai nó.

---

1°— Câu **Si** phải mà trơn, thì theo lề luật chung về **Si** conditionale, nghĩa là : cả hai verbô ở imperfectô, hay là plusquam perfecto subjunctivô.

2°.— Khi nào có một verbô cai câu **Si** phải mà thì đặt verbô câu **Si** cai ở imperfectô subjunctivô mà chỉ việc bây giờ, hay là ở plusquam perfectô subj. mà chỉ việc đã qua rồi ; còn verbô sau ở Infinitivô futurô, có cùng urum, uram, urum esse hay là fuisse cứ một numerô, một genere và casu cùng subjectô.

Ví dụ : Scio, si studeres, patrem tibi daturum esse præmium. Tôi biết, phải chi con học, thì cha cho con phần thưởng.

Scio, si studuisses, patrem tibi daturum fuisse præmium.

Bằng verbô chẳng có cùng urum, uram, urum thì dùng fore ut, hay là futurum esse ut ; song verbô theo ut phải ở imperfecto, hay là plusquam perfecto subjunctivô mà thôi.

Ví dụ : Scio fore ut, hay là futurum esse ut, si pater tibi promisisset præmium, diligentius studeres, hay là studuisses. Tôi biết phải mà cha có hứa cho con phần thưởng, thì con học siêng năng hơn, hay là có học siêng năng hơn.

3°.— Bằng câu **Si** giả như là câu interrogativô và hiệp cùng verbô khác cai nó, thì verbô sau **Si** ở thì imperfectô, hay là plusquam perfectô subjunctivô cũng như thường, còn verbô chính thì đặt ở thì có cùng là urus, a, um cứ một numerô, một casu một genere như subjecto, lại thêm verbô sum mà đặt ở thì imperfectô, hay là plusquam perfectô subjunctivô.

Ví dụ : Nescio num pater, si illi scriberes, tibi librum missurus esset. Phải mà con gởi thơ cho cha, thì không biết cha có gởi cuốn sách cho con không ?

Nescio num, si studuisses, pater tibi daturus fuisset præmium. Giả như con có học, thì không biết cha có cho con phần thưởng chăng ?

Nếu mà verbô chẳng có cùng urus, a, um, thì dùng futurumne esset ut, hay là num futurum esset ut, và fuisset như verbô chỉ việc đã qua rồi.

Ví dụ : Nescio futurumne esset ut, hay là num futurum esset ut, si pater tibi præmium promisisset, studeres diligenter. Phải mà cha có hứa cho con phần thưởng, thì tôi không biết con có học siêng năng không?

Nescio nùm, si avunculus meus hodie me ad cœnam invitasset, eo me conferre possem. Phải mà cậu tôi có mời tôi dùng bữa hôm nay, thì không biết tôi có đi được không?

Phải xét theo câu nầy: Khi nào có verbô possum đặng, thì dùng possem, potuissem mà thôi.

**Nota.** 1°—Nhiều khi trong tiếng Annam, dùng tiếng Nếu, thay vì tiếng: Phải mà, phải chi, giả như; chúc ấy phải xét câu **Si**, nếu, chỉ một việc không có, thì phải theo lề luật về **Si**, phải mà.

2°— Khi dịch sách Versio, một hai khi cũng gặp verbô ở thì imperfecto, hay là perfecto indicativô thế lại imperfectô, hay là plusquam perfecto subjunctivô. Nhứt là khi nào trong câu chính có verbô có nghĩa: đặng, hay là phải.

Song học trò chớ bắt chước cách nói nầy làm chi. Ví dụ: Deleri potuit exercitus, si quis aggredi ausus esset. Như ai dám xông vào đạo binh, thì đặng hủy nó.

Si ulla in te pietas esset, patris eum loco colere debebas. Phải anh có lòng biết ơn một chút, lẽ thì anh phải thảo kính người như cha anh.

Si verum respondere velles, hæc erant dicenda. Phải mà anh muốn trả lời thật, thì anh phải nói như sau nầy.

3° Sau những verbo expecto, experior, conor, thì cũng gặp *Si*; song si ấy không phải nghĩa là nếu, nó có nghĩa biết, hoặc. v. v.

Si perrumpere possent conati. Chúng nó thử coi, hoặc được kiếm đường mà ra.

---

# TÓM LẠI CÁC LẼ LUẬT VỀ SI, THEO NHỮNG CÂU SAU NẦY :

*1° Si, khi, hễ khi nào.*

| | |
|---|---|
| Si hoc faciebat puniebatur | Mỗi khi nó làm sự ấy, thì bị phạt. |

*2° Si, nếu, vì bằng.*

| | |
|---|---|
| Si hoc facis, puniris. | Nếu con làm sự nầy, thì con chịu phạt. |
| Si hoc facias, puniris. | Nếu con làm sự nầy, thì con bị phạt. |
| Si hoc facies, punieris. | Nếu con làm sự nầy, thì con sẽ bị phạt. |

*Dùng : Fore ut, futurum esse ut.*

| | |
|---|---|
| Credo fore ut, si hoc facias puniaris. | Tôi tưởng, nếu con làm sự nầy, thì con sẽ bị phạt. |
| Credo fore ut, si hoc feceris, punitus sis, hay là : | Tôi tưởng, nếu con có làm sự nầy, thì con bị phạt rồi. |
| Credo futurum fuisse ut si hoc feceris, punireris. | Tôi tưởng, nếu con đã làm sự nầy, thì con đã bị phạt rồi. |
| Nescio num, si hoc facias, hay là feceris, pater te puniturus sit, hay là fuerit. | Tôi không biết, nếu con làm, hay là đã làm sự nầy, thì cha có phạt, hay là đã phạt con chăng ? |

*3° Si potentiale.*

| | |
|---|---|
| Si hoc facias, puniaris. | Như con làm sự nầy, lẽ thì con bị phạt. |

*4° Si, phải mà* ( si conditionale )

| | |
|---|---|
| Si hoc faceres, punireris. | Phải mà con làm sự nầy, thì bị phạt. |
| Si hoc fecisses, punitus esses. | Phải mà con làm sự nầy, thì bị phạt rồi, |

*Fore ut, futurum esse ut.*

| | |
|---|---|
| Credo fore ut, si hoc faceres. punireris. | Tôi tưởng phải mà con làm sự nầy, thì bị phạt. |
| Credo fore ut, si hoc fecisses, punireris. | Tôi - - - - - - - - - - đã làm - - - - thì bây giờ bị phạt. |
| Credo fore ut, hay là futurum esse ut, si hoc fecisses, punitus esses.-Hay là : | Tôi tưởng phải mà con có làm sự nầy, thì con đã bị phạt rồi. |
| Credo futurum fuisse ut, si | » |
| hoc fecisses, punireris. | » |
| Nescio futurumne esset ut, si hoc faceres, hay là fecisses, punireris, hay là punitus esses ? | Tôi không biết phải mà con làm, hay là con đã làm sự nầy, thì con mắc phạt, h.l. đã mắc phạt rồi chăng? |
| Nescio futurumne fuisset, ut, si hoc fecisses, punireris. ? | Tôi không biết phải mà con đã làm sự nầy, con có đã bị phạt rồi chăng ? |

Thế lại futurumne esset, ut punitus esses, thì cũng nói futurumne fuisset ut *punireris*: chớ viết thì plusquam perfecto, verbô sau ut.

Thường thường khi nào verbô Si cai, mà có Negatio thì dùng *Nisi* thế lại *Si non*.

Coi sách mẹo lề luật về Quod si—etsi—etiamsi ?

## LỀ LUẬT ORATIO RECTA VÀ OBLIQUA

Có hai cách thuật lại lời người ta nói :

1° — Khi kể ra chính lời người ta nói với nhau, ấy là *Oratio recta.*

Ví dụ : Pater dixit : « Tu es piger ». Cha có nói rằng : Mấy là đứa làm biếng. Vậy trong tiếng annam sau tiếng rằng, phải chấm hai chấm : rồi tiếng tiếp theo phải viết chữ hoa.

2° — Khi thuật lại ý người ta nói mà thôi, thì gọi là *Oratio obliqua.*

Ví dụ : Cha đã nói nó là đứa làm biếng, Pater dixit illum esse pigrum

Khi nào muốn trở *oratio recta* ra *obliqua*, thì phải làm sao ?

1° Những câu chính quả quyết sự gì, thì verbô trong câu *oratio recta* ở *indicativô*, mà trong *oratio obliqua* phải ở *infinitivô*, và subjecto casu accusativo.

| *Oratio recta.* | *Oratio obliqua.* |
|---|---|
| Pater dixit : Ego alumnis studiosis præmium dabo. Cha nói : Tôi sẽ thưởng học trò siêng năng. | Pater dixit se alumnis studiosis præmium daturum. Cha nói mình sẽ thưởng học trò siêng năng. |

2° Những câu trong *oratio recta* chỉ : biểu, đòi, ước ao, có verbô ở imperativô, hay là subjunctivô, thì trong *oratio obliqua* mấy verbô ấy ở subjunctivô hết.

| *Ví dụ : Oratio recta.* | *Oratio obliqua.* |
|---|---|
| Pater dixit : I in macellum et eme mihi tabacum. Cha nói : Con phải đi chợ mua thuốc hút cho cha. | Pater dixit : Iret in macellum et emeret ipsi tabacum. Cha biểu : etc.... nói *ipsi* emeret chỉ mua cho cha : *ipsi.* — Còn nói *sibi* |

chỉ mua cho học trò.

3° Trong *oratio recta* các propositio thêm, câu thì ở indicativô, câu thì ở subjunctivô ; song trong *oratio obliqua* thì ở subjunctivô hết.

Cho nên *qui, quæ, quod,* lại các conjunctione : Cum, si, postquam, etc... cai subjunctivô hết.

| *Ví dụ: Oratio recta.* | *Oratio obliqua.* |
|---|---|
| Alumnus respondit: Habe me excusatum, quia mihi domi negotium est. Học trò trả lời: Tôi xin kiếu, vì tôi có việc nhà. | Alumnus respondit: **habere**t ipsum excusatum, quia sibi domi negotium esset; Học trò trả lời *minh* xin kiếu vì *minh* có việc nhà. |

4° Khi nào có câu hỏi, mà verbô ở ngôi thứ hai thì trong *oratio obliqua* phải viết ở subjunctivô, thường là imperfecto subj.—Lại khi verbô câu hỏi ở ngôi thứ nhứt, hay là ngôi thứ ba, thì cũng viết ở accusativô cùng infinitivô.

| Ví dụ: *Oratio recta.* | *Oratio obliqua.* |
|---|---|
| Quis sibi hoc persuadeat? Ai mà lấy làm chắc sự ấy? | Quis sibi hoc persuaderet? |
| Quid est turpius quam parentes infirmos deseri? Có đều gì xấu hổ cho bằng bỏ cha mẹ khi ương yếu? | Quid esse turpius quam parentes infirmos deseri? |

5° Phải xét đều nầy cho lắm.

*a*) Khi nào trong *oratio recta*, subjecto là **tu, vos,** thì trong *oratio obliqua* phải viết **ille, illi**; nếu nó làm regimen thì cũng vậy:

| *Oratio recta.* | *Oratio obliqua.* |
|---|---|
| Pater dixit: Tu es piger. | Pater dixit illum esse pigrum. |
| Pater dixit: Dabo tibi librum. | Pater dixit se illi daturum librum. |

*b)* Khi subjecto trong oratio recta là ngôi thứ nhứt thì dùng **se, ipsum, ipsos**; **regimen**: **sui, sibi,** thì dùng adj. **suus** hay là **ipsius** trong oratio obliqua.

| Ví dụ : *Oratio recta.* | *Oratio obliqua.* |
|---|---|
| Ego adero et quid fieri velim, exponam. | Sese adfuturum et quid fieri vellet, expositurum. |
| Tao sẽ đến và tao sẽ tỏ ra sự tao muốn. | Mình sẽ đến và sẽ tỏ ra sự mình muốn. |
| Si quid velis, te ad me venire oportet. Như anh muốn sự gì, thì anh phải đến cùng tôi. | Si quid (ille) velit, illum ad se venire oportere. Như nó muốn đi gì, thì phải đến cùng mình. |

c) Khi nào trong *oratio recta* có tiếng : **hic, nunc,** thì trong *oratio obliqua* dùng tiếng : **ille, tum.**

| Thế lại : | Phải nói : |
|---|---|
| Hic, huc, hinc, adhuc. | Ibi, eo, inde, ad id tempus. |
| Nostris temporibus. | Suis temporibus. |
| His temporibus. | Illis temporibus. |
| Hac die. | Illa die. etc... |

**Nota.**— 1° Khi học trò làm narratio, thì hãy dùng *oratio obliqua* chớ dùng oratio recta hoài kẻo khó nghe.

**Nota.**— 2° Trong oratio obliqua các verbô câu thêm cũng theo lề luật consecutio temporum, mà mấy người chép sách nhiều khi chẳng theo, lại thường thường mấy verbô ấy ở thì imperfectô, hay là plusquam perfecto subjunctivô.

---

## LỀ LUẬT : STUDEO GRAMMATICÆ.

### Những Verbô sau nầy cai Dativô.

| | |
|---|---|
| Succuro, Opitulor, Auxilior, Subvenio, } giúp đỡ ai. | Fido, Confido } tin cậy ai. |
| | Diffido, chẳng tin. |
| | Faveo, binh vực. |
| Cedo, chịu thua ai. | Gratificor, làm ơn. |

Ignosco, tha.
Indulgeo, dong thứ.
Medeor, chữa.
Parco, tha.
Pareo, vưng lời.
Patrocinor, bàu chữa.
Sum, có, (Est mihi liber).
Præsto sum, giúp.
Adsum, có mặt.
Desum, thiếu.
Intersum, ở giữa.
Obsum, làm hại.
Præsum, cai.
Prosum, làm ích
Servio, giúp, làm tôi.
Famulor, làm tôi.
Studeo, học.
Suffragor, bỏ thăm mà bàu
Expedit, đều có ích.
— Làm hại, làm nghịch.
Adversor, làm nghịch.
Insidior, rình, làm mưu.
Intercedo, làm ngăn trở.
Invideo, ghét.
Irascor, giận.
Noceo, làm hại.
Refragor, chống trả, chẳng ưng.
— Đẹp lòng, chẳng đẹp lòng, ngăm đe.
Placeo, đẹp lòng.
Displiceo, chẳng đẹp lòng.

Blandior, a dua.
Libet, hạp ý, muốn.
Licet, nên, phải.
Imminet, Impendet, Instat, } gần đến, ngăm đe.
Accidit, (mihi) Contingit. Evenit, } xảy đến, có phước.

*— Vưng lời.—*

Obedio Obtempero Obsequor } vưng lời.
Supplico, nài xin.
Officio, can gián, ngăn trở.
Assentior, ưng ai.
Vaco, làm sự gì.
— litteris, học chữ. Dạy bảo.
Præcipio, Mando, Impero, Edico, } dạy biểu ai, cai trị.
Suadeo, bảo ai.
Persuadeo, dỗ ai mà tin.
Metuere, Timere, } alicui, sợ cho ai.
Obtrecto, [are], nói chê ai.
Maledico, chưởi rủa, chúc dữ cho ai.

# TABLE

www.ingramcontent.com/pod-product-compliance
Ingram Content Group UK Ltd.
Pitfield, Milton Keynes, MK11 3LW, UK
UKHW021531260726
13993UKWH00004B/1928

9 782329 198217